Impressum
Verlag: BABADADA GmbH, Nedderfeld 112 , 22529 Hamburg
Geschäftsführer / Verlagsleitung: Harald Hof
Druck: Books on Demand GmbH, In de Tarpen 42, 22848 Norderstedt

Imprint
Publisher: BABADADA GmbH, Nedderfeld 112 , 22529 Hamburg, Germany
Managing Director / Publishing direction: Harald Hof
Print: Books on Demand GmbH, In de Tarpen 42, 22848 Norderstedt

sekoly

shule

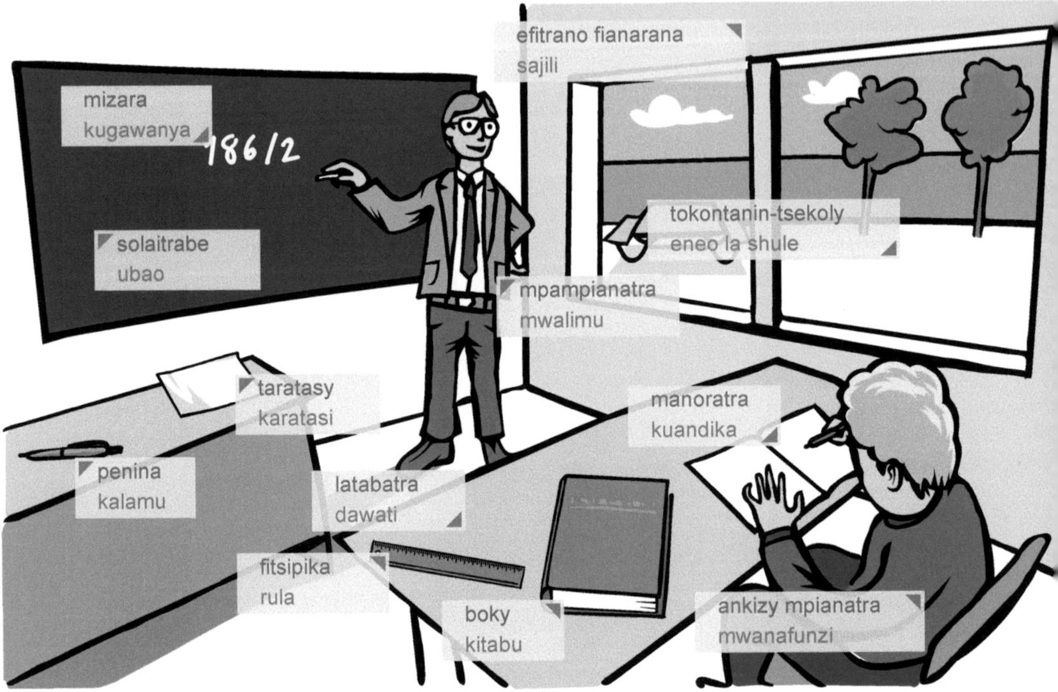
efitrano fianarana
sajili
mizara
kugawanya
186/2
solaitrabe
ubao
tokontanin-tsekoly
eneo la shule
mpampianatra
mwalimu
taratasy
karatasi
manoratra
kuandika
penina
kalamu
latabatra
dawati
fitsipika
rula
boky
kitabu
ankizy mpianatra
mwanafunzi

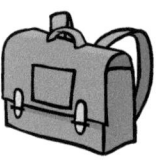

kitapo

mkoba

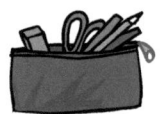

torosy

kikasha cha penseli

pensilihazo

penseli

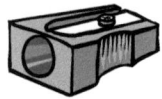

fandrangitana pensilihazo

kichonga penseli

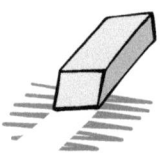

gaoma

mpira

karne fanaovana sary

pedi ya kuchora

sary

uchoraji

borosy fandokoana

brashi ya rangi

boaty loko

sanduku la rangi

hety

mkasi

lakaoly

gundi

kahie fampiasàna

daftari

enti-mody

kazi ya nyumbani

tarehi-marika

nambari

2+2

manampy

jumlisha

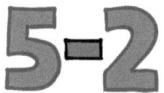

manala

ondoa

mampitombo

zidisha

mikajy

kokotoa

taratasy

barua

abidia

alfabeti

teny

neno

lahatsoratra

maandishi

mamaky

kusoma

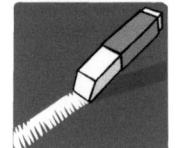

tsaoka

chaki

lesona

somo

boky fianarana

sajili

fanadinana

uchunguzi

sertifikà

cheti

fanamian'ny mpianatra

sare za shule

fiofanana

elimu

raki-pahalalana

elezo

oniversite

chuo kikuu

mikraoskaopy

darubini

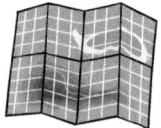

sarintany

ramani

fanariana fako taratasy

kikapu cha kuweka karatasi
chafu

fitsangatsanganana

usafiri

hôtely
hoteli
Grand
tranom-bahiny
hosteli
ROOMS
EXCHANGE
toerana fanakalozana vola
ofisi ya ubadilishanaji
valizy
sanduku
fiara
gari

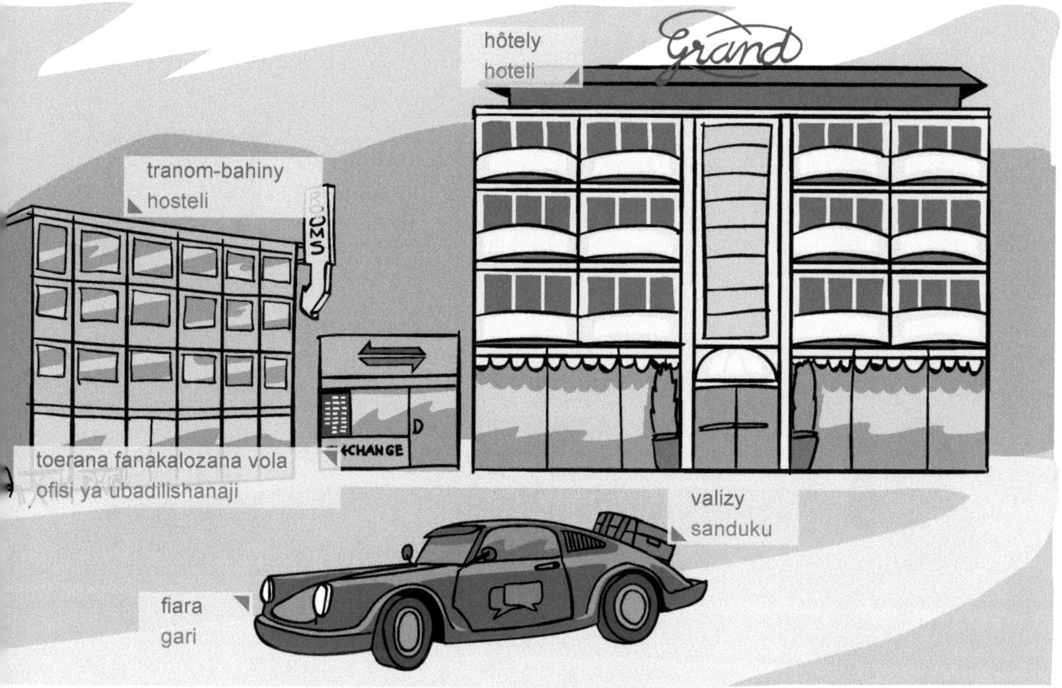

fiteny

lugha

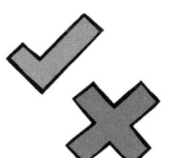

eny / tsia

ndiyo / la

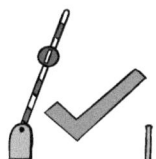

Eny àry

sawa

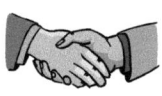

salama

hujambo

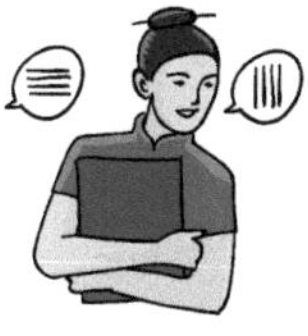

mpandika teny

mtafsiri

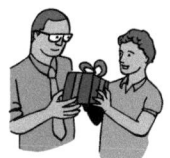

Misaotra

Asante

ohatrinona...?

kiasi gani ni ...?

Tsy azoko izany

Sielewi

olana

tatizo

Salama ô!

Jioni njema!

Arahaba tra-maraina e!

Habari za asubuhi!

Tsara mandry ô!

Usiku mwema!

veloma

kwa heri

fitantanana

mwelekeo

entan'ny mpandeha

mizigo

harona

mfuko

kitapo

shanta

vahiny

mgeni

efitrano

chumba

fandriana enti-tànana

begi la kulalia

tanty

hema

birao miandraikitra ny
fizahantany
....
taarifa ya utalii

moron-tsiraka
....
ufuo

fahana amin'ny karatra
....
kadi

sakafo maraina
....
kifunguakinywa

sakafo atoandro
....
chakula cha mchana

sakafo hariva
....
chakula cha jioni

tapakila
....
tiketi

ascenseur
....
kuinua

hajia
....
muhuri

tany manasaraka
....
mpaka

fadin-tseranana
....
mila

ambasady
....
ubalozi

visa
....
visa

pasipaoro
....
pasipoti

fiara-manidina
ndege

sambo
meli

fiaran'ny mpamonjy voina
injini ya moto

fiara fitatera
basi

kamiao
lori

fiara fitatera
basi

na aingam-pandeha
aboti

fiara
gari

bisikileta
baiskeli

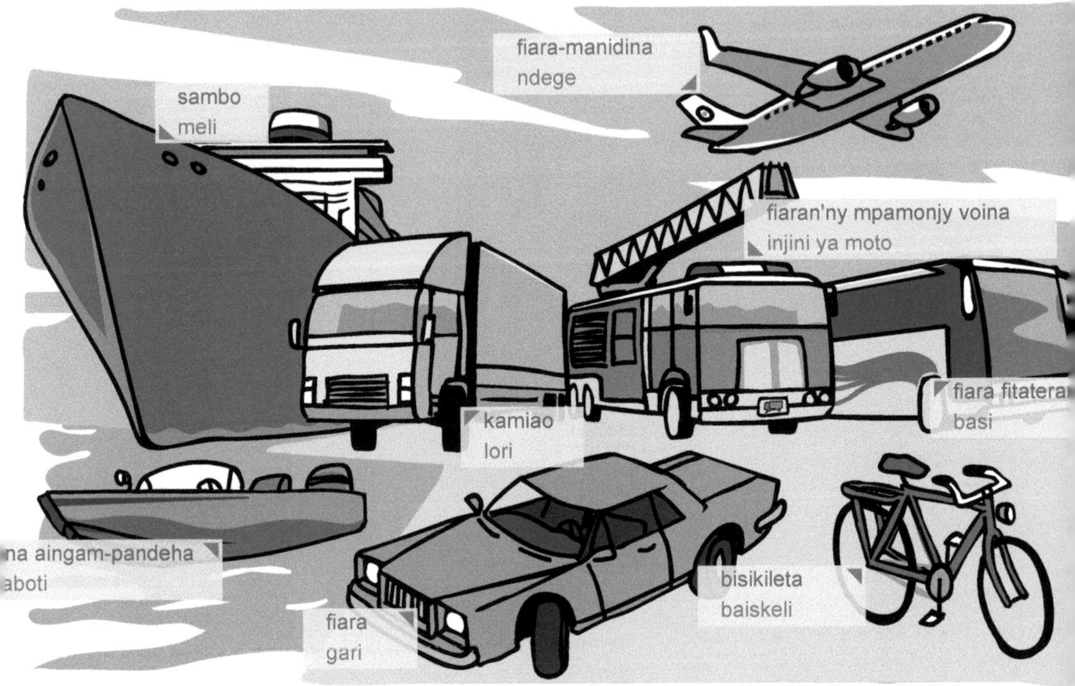

sambobe

feri

sambo

mashua

môtô

pikipiki

fiaran'ny polisy

gari la polisi

fiara mpihazakazaka

gari la mashindano

fiara fanofa

gari la kukodisha

zara fiara

kushiriki gari

fiara etsy babeko

lori la kuvuta

fiara mpitatitra fako

ukusanyaji taka

môtera

motor

solika

mafuta

tobin-tsolika

kituo cha mafuta

tondro fifamoivoizana

ishara trafiki

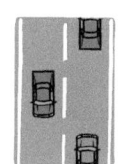

fifamoivoizana

trafiki

fitohanan'ny fifamoivoizana

msongamano

fitobian'ny fiara

maegesho

fiantsonan'ny fiaran-
dalamby

kituo cha treni

lalamby

reli

fiaran-dalamby

garimoshi

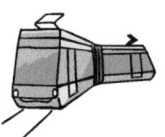

tramway

tremu

kalesy

gari la mizigo

angidimby

helikopta

seranam-piaramanidina

uwanja wa ndege

tilikambo

mnara

mpandeha

abiria

kaontenera

chombo

baoritra

katoni

chariot

mkokoteni

harona

kikapu

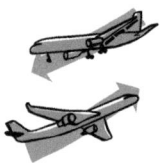

miainga / midina

ondoka

renivohitra

jiji

ambanivohitra

kijiji

afovoan-tanàna

katikati ya jiji

trano

nyumba

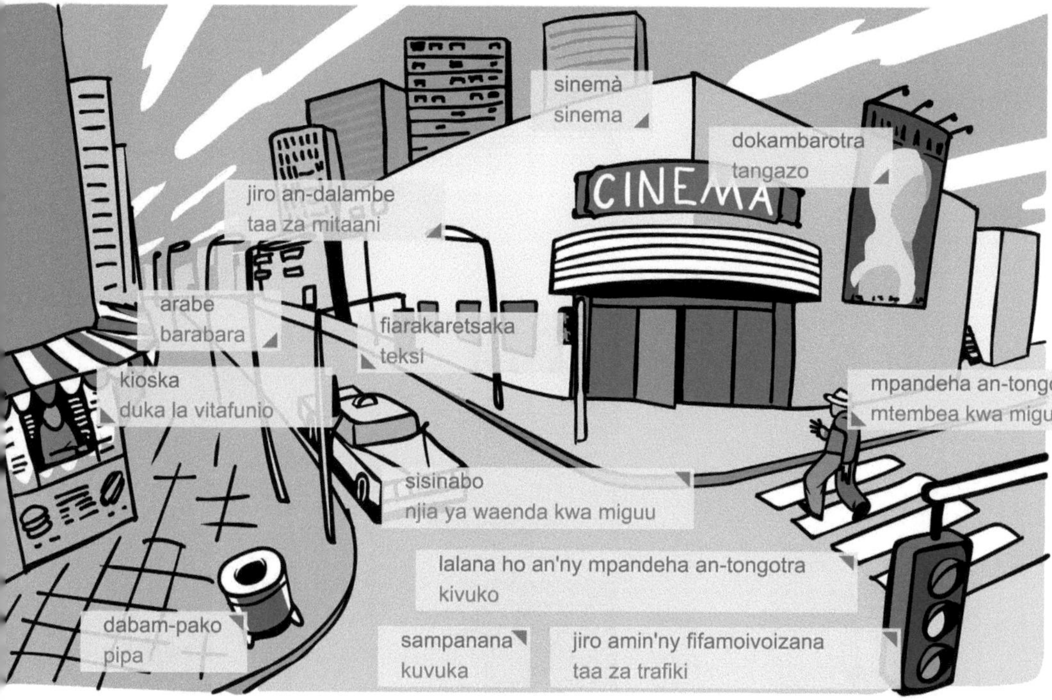

sinemà
sinema

dokambarotra
tangazo

jiro an-dalambe
taa za mitaani

arabe
barabara

fiarakaretsaka
teksi

kioska
duka la vitafunio

mpandeha an-tongot
mtembea kwa miguu

CINEMA

sisinabo
njia ya waenda kwa miguu

lalana ho an'ny mpandeha an-tongotra
kivuko

dabam-pako
pipa

sampanana
kuvuka

jiro amin'ny fifamoivoizana
taa za trafiki

trano bongo

kibanda

tranobe

gorofa

fiantsonan'ny fiaran-
dalamby

kituo cha treni

firaisana

ukumbi wa mji

donia

Makavazi

sekoly

shule

oniversite

chuo kikuu

banky

benki

hopitaly

hospitali

hôtely

hoteli

farmasia

duka la dawa

birao

ofisi

fivarotam-boky

duka la kitabu

fivarotana

duka

mpivarotra voninkazo

duka la maua

supermarché

dukakuu

tsena

soko

tranobe fivarotana

idara ya kuhifadhi

mpivarotra trondro

mwuza samaki

toeram-pivarotana lehibe

kituo cha ununuzi

seranana

bandari

valan-javaboary

Hifadhi

latabatra

benki

tetezana

daraja

totohatra

vidato

metrô

chini ya ardhi

tonelina

handaki

fiantsonan'ny fiara
mpitondra olona

kituo cha mabasi

bara

bar

toeram-pisakafoanana

mgahawa

boatin-taratasy paositra

sanduku la posta

famantarana an-arabe

ishara ya barabara

parcmètre

mita ya maegesho

valan-javaboary

bustani ya wanyama

dobo filomanosana

kidimbwi cha kuogelea

moskea

msikiti

toeram-pambolena

shamba

loto

uchafuzi

fasana

makaburini

trano fiangonana

kanisa

tokontany filalaovana

uwanja wa michezo

tempoly

hekalu

endritany

mazingira

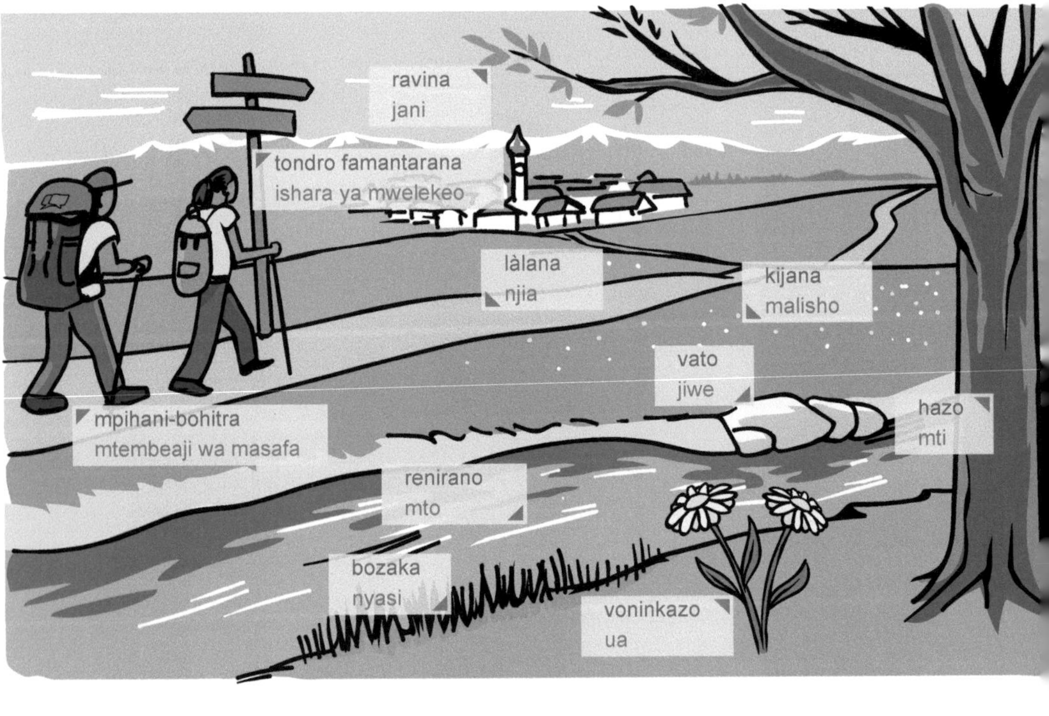

ravina
jani

tondro famantarana
ishara ya mwelekeo

làlana
njia

kijana
malisho

vato
jiwe

mpihani-bohitra
mtembeaji wa masafa

hazo
mti

renirano
mto

bozaka
nyasi

voninkazo
ua

lemaka
bonde

vohitra
kilima

laka
ziwa

ala
msitu

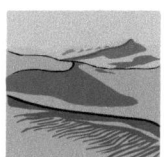

tany hay
jangwa

volkano
volkano

rova
ngome

avana
upinde wa mvua

holatra
uyoga

hazom-boanio
mtende

moka
mbu

lalitra
kuruka

vitsika
chungu

tantely
nyuki

hala
buibui

voangory

mende

sahona

chura

vontsira

kuchakuro

trandraka

nungunungu

bitro

sungura

vorondolo

bundi

vorona

ndege

gisabe

swan

lambo

nguruwe mwitu

cerf

kulungu

voalavo

aina ya kongoni

toha-drano

bwawa

helisy ahodin-drivotra

tabo ya upepo

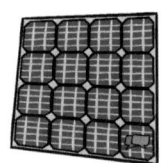

takela-masoandro

nishaji ya jua

toetr'andro

hali ya hewa

toeram-pisakafoanana
mgahawa

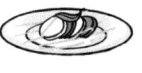

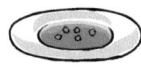

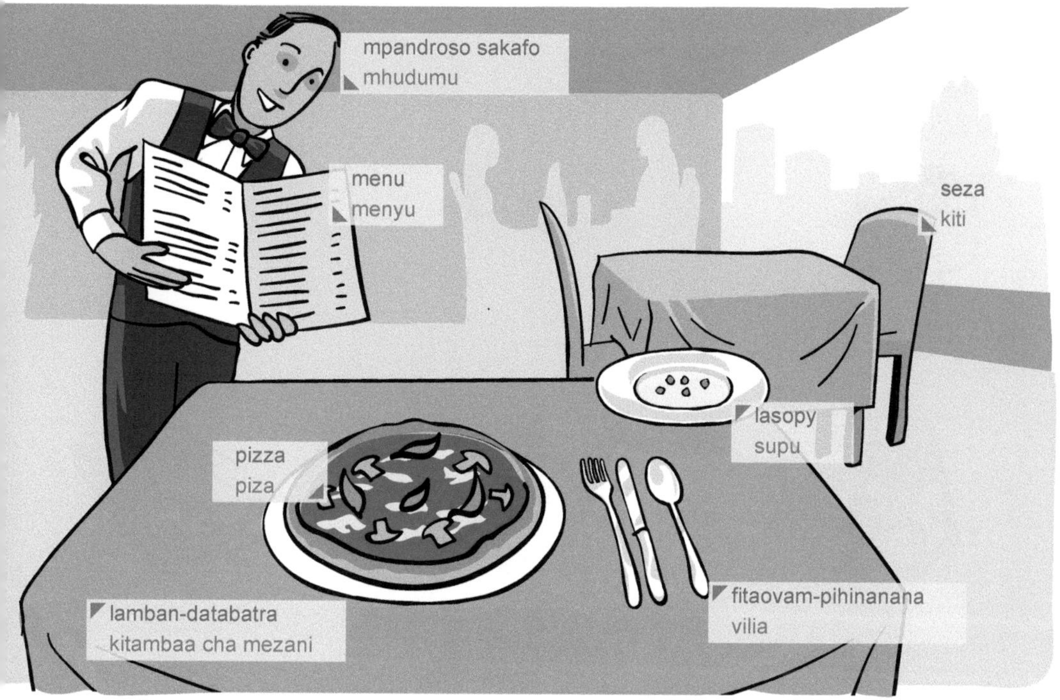
mpandroso sakafo
mhudumu
menu
menyu
seza
kiti
lasopy
supu
pizza
piza
lamban-databatra
kitambaa cha mezani
fitaovam-pihinanana
vilia

entrée

kiamsha hamu

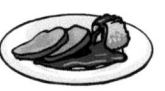

sakafo fototra

kozi kuu

desera

kitindamlo

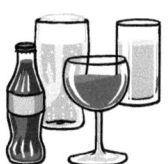

zava-pisotro

vinywaji

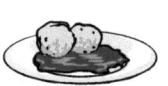

sakafo

chakula

tavoahangy

chupa

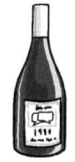

fast food
chakula cha haraka

sakafo an-dalambe
Streetfood

fitoerana dite
buli

fitoeran-tsiramamy
kisanduku cha sukari

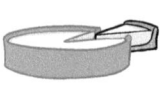

singany
sehemu

milina espresso
mashine ya espresso

seza avo
kiti kirefu

faktiora
muswada

lovia fandrosoana sakafo
trei

antsy
kisu

sotrorovitra
uma

sotro
kijiko

sotrokely
kijiko cha chai

servieta
nepi

vera
glasi

vilia

sahani

vilian-dasopy

sahani ya supu

vilia bory

sufuria

saosy

mchuzi

fitoeran-tsira

kichanyaji chumvi

milina dipoavatra

kinu cha pilipili

vinaingitra

siki

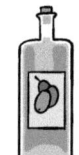

solika

mafuta

zava-manitra

viungo

ketchup

kechapu

voan-tsinapy

haradali

maionezy

kachumbari nzito

supermarché

dukakuu

fihenam-bidy
ofa maalum
FOR
mpividy
mteja
sakafo avy amin'ny ronono
maziwa
voankazo
matunda
chariot
toroli

BUTCHERS

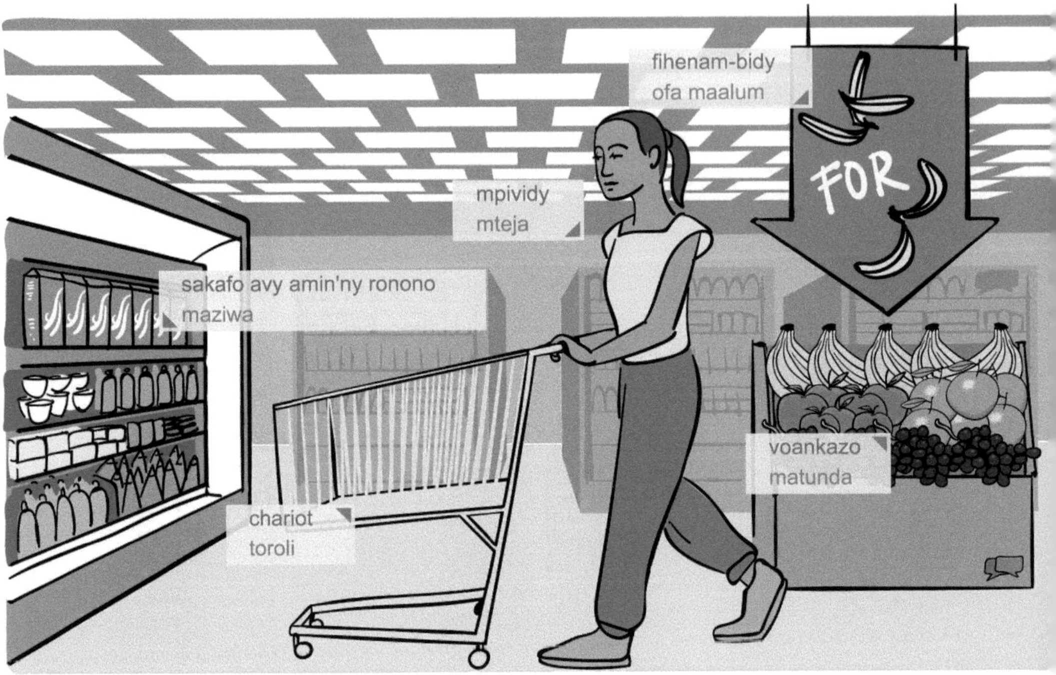

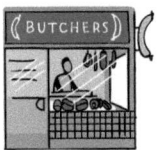

mpivaro-kena

mchinjaji

BAKERY

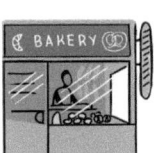

mpivarotra mofo

mwokaji

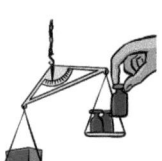

mandanja

uzito

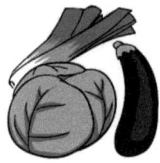

legioma

mboga

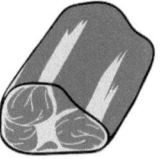

hena

nyama

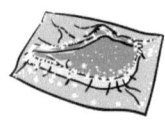

sakafo nampangatsiahana

chakula waliohifadhiwa

hena voahendy

vipande vya nyama baridi

sakafo am-by fotsy

chakula cha kopo

vovon-tsavony

sabuni ya unga

vatomamy

pipi

fitaovana an-tokatrano

bidhaa za kaya

fitaovana fanadiovana

bidhaa za kusafisha

mpivarotra

mtu mauzo

toerana fandoavam-bola

mpaka

mpandray vola

keshia

lisitry ny zavatra vidiana

orodha ya manunuzi

ora fiasana

masaa ya ufunguzi

portefeuille

mkoba

fahana amin'ny karatra

kadi

harona

mfuko

harona plastika

mfuko wa plastiki

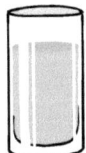

rano

maji

ranom-boankazo

sharubati

ronono

maziwa

coca

coke

divay

mvinyo

labiera

bia

toaka

pombe

sôkôlà mafana

kakao

dite

chai

kafe

kahawa

espresso

spreso

cappuccino

kapuchino

akondro

ndizi

paoma

tufaha

laoranjy

machungwa

voatango

tikiti

voasarimakirana

lemon

karaoty

karoti

tongolo gasy

kitunguu saumu

volobe

mianzi

tongolo

kitunguu

holatra

uyoga

voamaina

karanga

paty

nudo

spaghetti

spageti

vary

mpunga

salady

saladi

ovy frity

vibanzi

ovy voaendy

viazi vya kukaanga

pizza

piza

hamburger

hambaga

sandwich

sandwichi

didin-kena

kipande

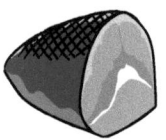

lambo sira

paja la mnyama

salami

salami

saosisy

soseji

akoho

kuku

hena mendy

choma

trondro

samaki

varin-tsoavaly

oats ya uji

muesli

muesli

cornflakes

cornflakes

lafarinina

unga

croissant

kroisanti

mofodipaina kely

andazi

mofo

mkate

mofo natono

mkate wa kubanika

bisky

biskuti

dobera

siagi

fromazy fotsy

maziwa mgando

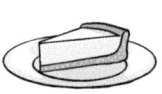

mofomamy

keki

atody

yai

atody nendasina

yai kukaanga

fromazy

jibini

lagilasy

aiskrimu

siramamy

sukari

tantely

asali

kaonfitira

jemu

crème nougat

kuenea kwa chokoleti

curry

mchuzi wa viungo

toeram-pambolena
shamba

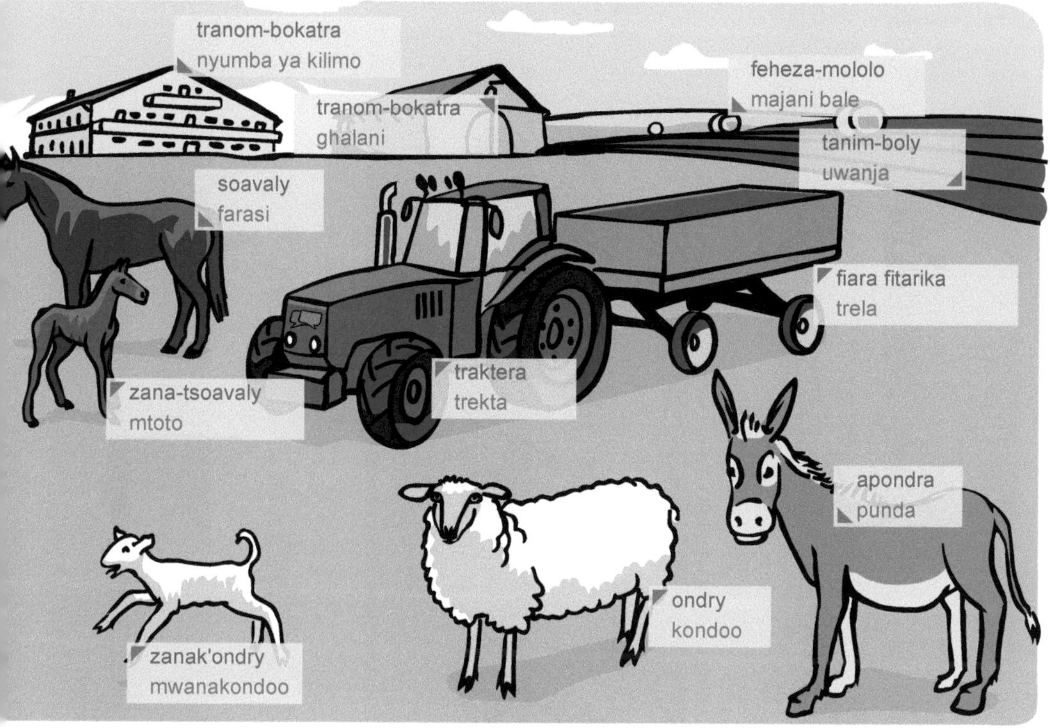
tranom-bokatra
nyumba ya kilimo
tranom-bokatra
ghalani
feheza-mololo
majani bale
tanim-boly
uwanja
soavaly
farasi
fiara fitarika
trela
traktera
trekta
zana-tsoavaly
mtoto
apondra
punda
ondry
kondoo
zanak'ondry
mwanakondoo

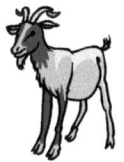

osy

mbuzi

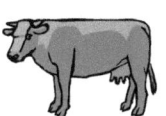

omby vavy

ng'ombe

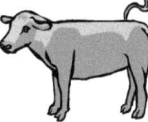

omby

ndama

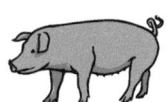

kisoa

nguruwe

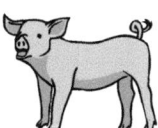

zana-kisoa

mwananguruwe

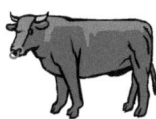

omby

fahali

gisa

batabukini

gana

bata

zanak'akoho

kifaranga

akoho vavy

kuku

akoho lahy

jogoo

voalavo

panya

saka

paka

voalavo tondro

panya

omby

ng'ombe

alika

mbwa

tranon'alika

nyumba ya mbwa

fantsona fanondrahana rano

bomba la bustani

fanondrahana

debe la kumwagilia maji

antsy biloka

fyekeo

angadin'omby

kulima

antsim-bilona

mundu

antsetra

jembe

farango vy

uma wa nyasi

famaky

shoka

borety

toroli

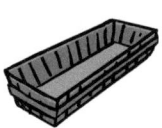

dababe

kupitia nyimbo

boatin-dronono

chombo cha maziwa

harona

gunia

fefy

ua

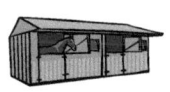

tranom-biby

imara

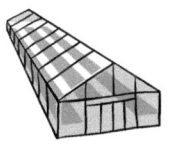

talatalan-jaridaina

chafu

tany

udongo

ambeoka

mbegu

zezika

mbolea

milina mpijinja vokatra

kivunaji

vokatra

mavuno

vokatra

mavuno

saonjo

viazi vikuu

varimbazaha

ngano

saozaha

soya

ovy

viazi

katsaka

mahindi

colza

rapa

hazo fihinam-boa

mti wa matunda

mangahazo

muhogo

voamadinika

nafaka

trano

nyumba

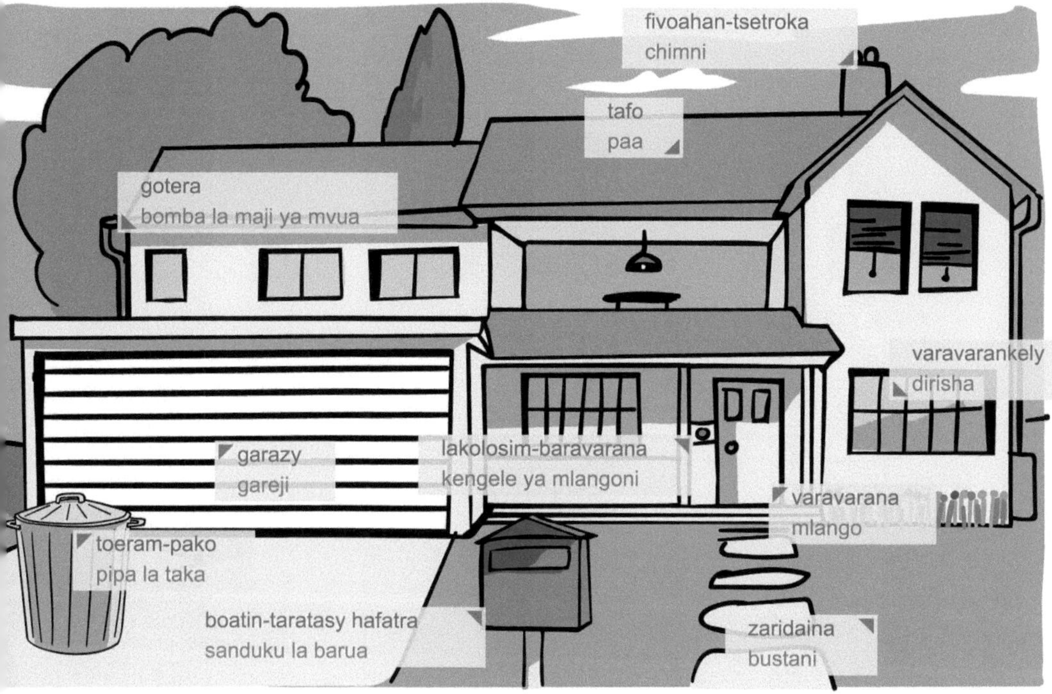

fivoahan-tsetroka
chimni
tafo
paa
gotera
bomba la maji ya mvua
varavarankely
dirisha
garazy
gareji
lakolosim-baravarana
kengele ya mlangoni
varavarana
mlango
toeram-pako
pipa la taka
boatin-taratasy hafatra
sanduku la barua
zaridaina
bustani

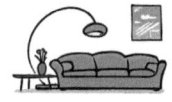

efitra fandraisam-bahiny

sebuleni

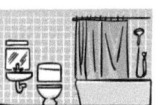

efitra fandroana

bafu

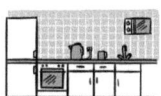

lakozia

jikoni

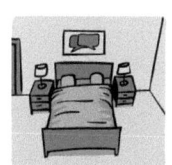

efitra fatoriana

chumba cha kulala

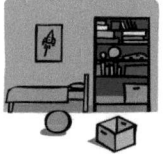

efitranon'ny ankizy

chumba ya mtoto

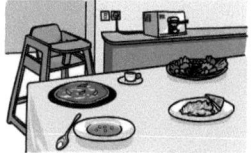

efi-trano fisakafoanana

chumba cha kulia

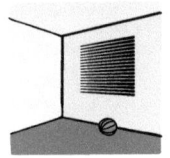

tany

sakafu

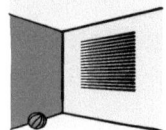

rindrina

ukuta

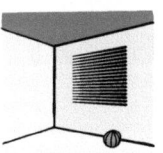

valindrihana

dari

lakavy

pishi

sauna

sauna

tsimahalavo

roshani

lavarangana

mtaro

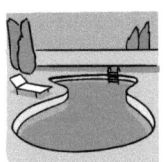

dobo filomanosana

kidimbwi

mpanapaka bozaka

mashine ya kukata nyasi

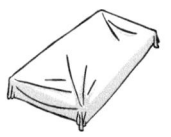

lambam-pandriana

karatasi

koety

kitambaa cha kupamba
kitanda

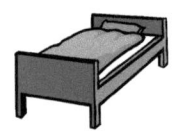

fandriana

kitanda

kifafa

ufagio

sô

ndoo

interrupteur

kubadili

efitra fandraisam-bahiny

sebuleni

sary apetaka
mandhari
sary
picha
lampy
taa
talantalana
rafu
lalimoara
kabati
fahitalavitra
televisheni/runinga
anjorinafo
mekoni
voninkazo
ua
lafika
mto
sofà
sofa
vazy
chombo cha maua
telekaomandy
kitenzambali

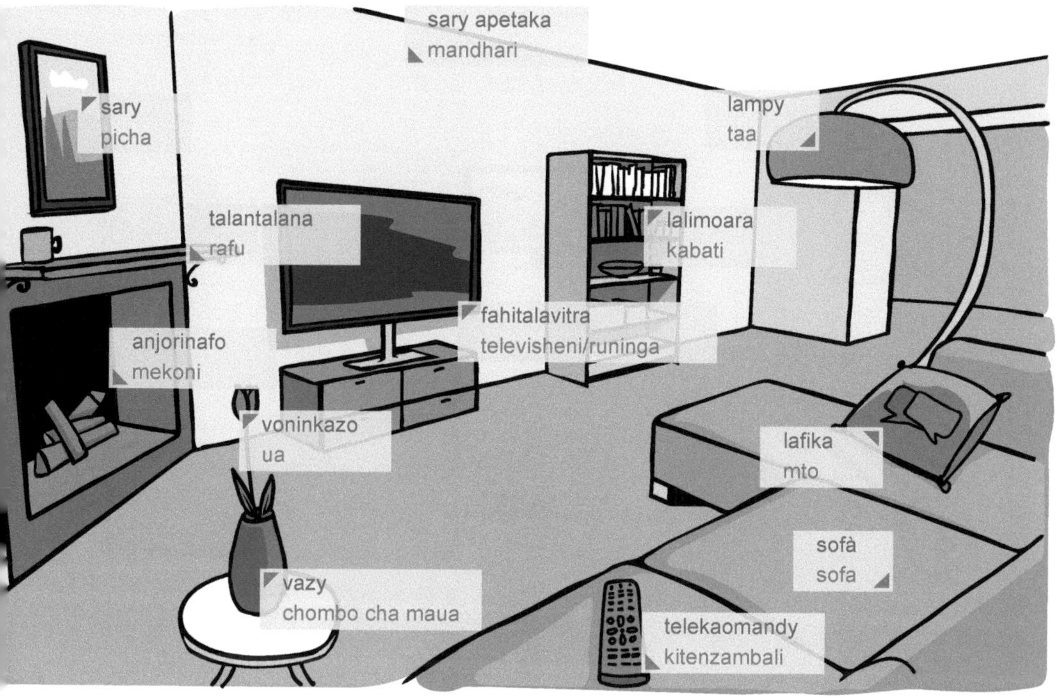

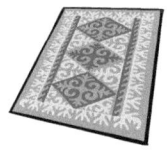

tapis

zulia

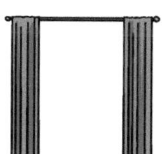

takom-baravarana

pazia

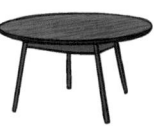

latabatra

meza

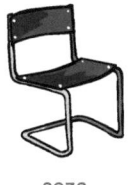

seza

kiti

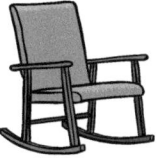

seza savily

kiti cha bembea

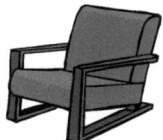

seza mihaja

armchair

boky

kitabu

lamba firakotra

blanketi

asa fandravahana

mapambo

hazo fandrehitra

kuni

horonantsary

filamu

fitaovana hi-fi

kifaa cha hi-fi

fanalahidy

ufunguo

gazety

gazeti

loko

uchoraji

sary famantarana

bango

radio

redio

kahie fanao tadidy

daftari

aspiratera

kifyonza

raketa

dungusi kakati

labozia

mshumaa

lakozia
jikoni

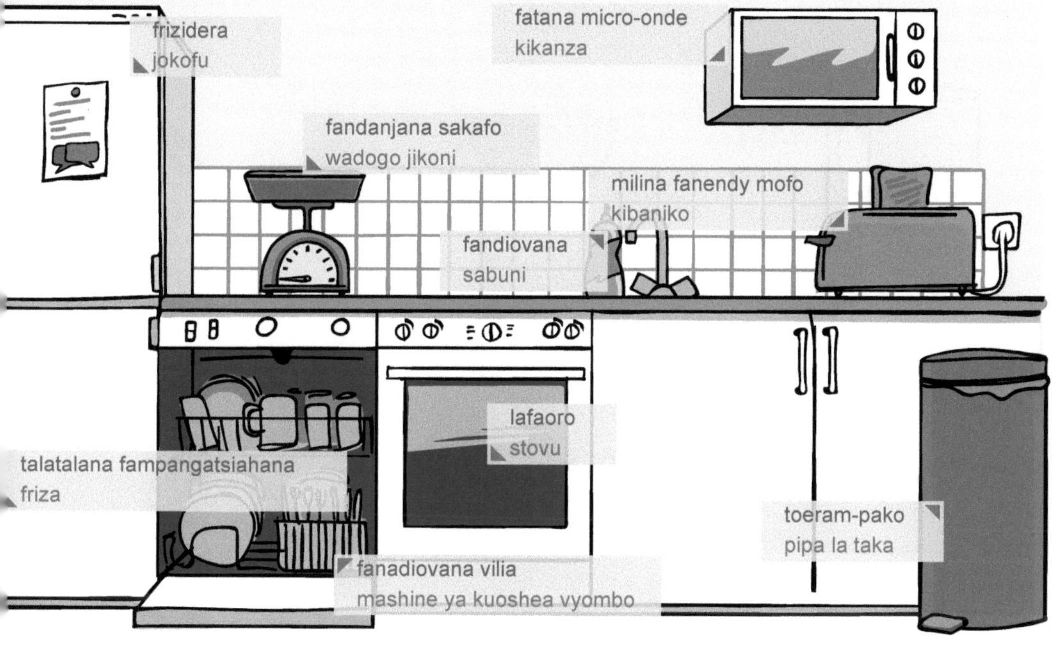
frizidera
jokofu
fatana micro-onde
kikanza
fandanjana sakafo
wadogo jikoni
milina fanendy mofo
kibaniko
fandiovana
sabuni
lafaoro
stovu
talatalana fampangatsiahana
friza
toeram-pako
pipa la taka
fanadiovana vilia
mashine ya kuoshea vyombo

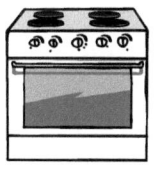

lafaoro
jiko la kupika

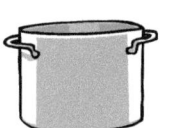

vilany
chungu

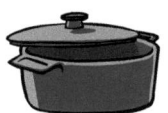

vilany vy
sufuria ya chuma

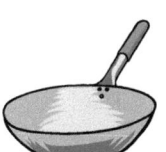

wok / kadai
wok / kadai

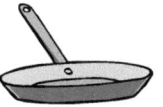

lapoaly
kaango

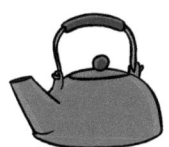

fitaovana fampangotrahana rano
birika

vilany mandeha entona
stima

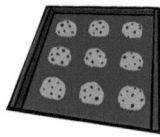

lovia fisaka
sinia ya kuoka

fitaovan-dakozia
vyombo vya udongo

zinga
kombe

vilia baolina
bakuli

hazokely fihinanana
vijiti vya kulia

sotrobe lavatango
ukawa

spatule
mwiko mpana

fanakapohana atody
burashi

fanatantavanana
kichujio

lovia sivana
chujio

fanakikisana
mbuzi

laona
chokaa

kiendiendy
barbeque

fivoahan'ny setroka
moto wazi

akalana fitetehana

ubao wa majaribio

kodia fandamàna koba

kijiti cha kusukuma unga

fisontonana bosoa

kizibuo

boaty

kopo

fanokafana boaty

inaweza kopo

fitazomana vilany

kishikio cha chungu

lavabô

karo

borosy

brashi

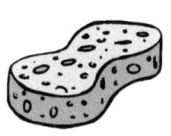

spaonjy

sifongo

miksera

kisagaji matunda

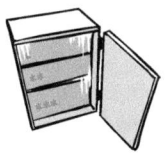

fitaovana fampangatsiahana

friji ya kina

tavoahanginono

chupa ya mtoto

paompy

bomba

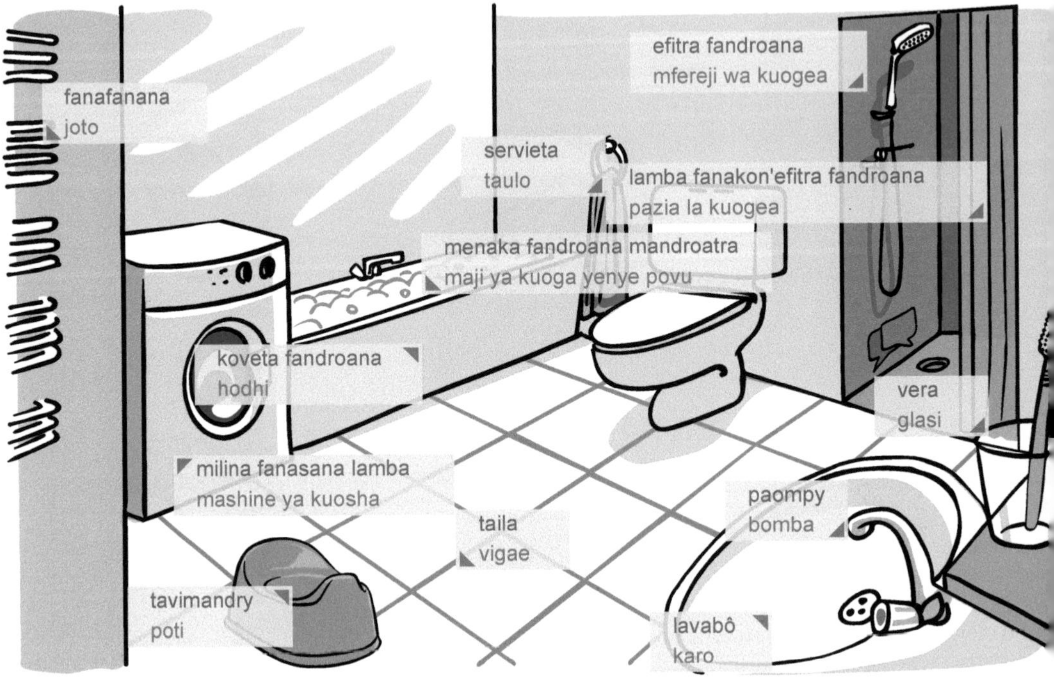

efitra fandroana
mfereji wa kuogea

fanafanana
joto

servieta
taulo

lamba fanakon'efitra fandroana
pazia la kuogea

menaka fandroana mandroatra
maji ya kuoga yenye povu

koveta fandroana
hodhi

vera
glasi

milina fanasana lamba
mashine ya kuosha

paompy
bomba

taila
vigae

tavimandry
poti

lavabô
karo

efitrano fidiovana
choo

kabone mitsingo
choo cha squat

bidet
beseni la mviringo

fipipizana
choo cha umma

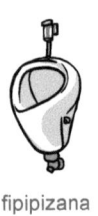

taratasy fidiovana
shashi

borosy fampiasa an-kabone
brashi ya choo

borosinify

mswaki

famotsia-nify

dawa ya meno

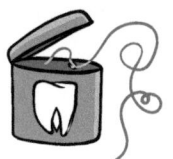

kofehy fanadiova-nify

dawa ya meno

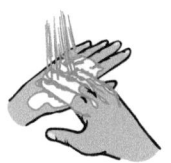

manasa

safisha

fisaika enti-tànana

kuoga mkono

fanadiovana fivaviana

msukumo wa maji

kovetabe

bonde

borosin-damosina

mpako wa pili

savony

sabuni

fampiasa rehefa misaika

jeli ya kuogea

shampoo

shampuu

fonon-tànana enti-misaika

flana

tsiranoka

toa maji

crème fanosotra

krimu

fanalana fofona

kiondoa harufu

fitaratra

kioo

fitaratra fihaingo

kioo mkono

hareza

kinyozi

raotra fiharatra

povu la kunyoa

menaka haratra

baada ya kunyoa

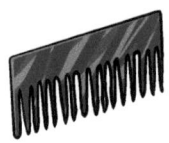

fiogo

kichana

borosy

brashi

fitaovana fanamainam-bolo

kikausha nywele

atsifotra amin'ny volo

marashi ya nyewele

fikarakarana tarehy

vipodozi

lokomena

kidomwa

haingo hoho

varnish ya msumari

vohavohan-dandihazo

pamba

fanapahana hoho

mkasi wa kucha

ranomanitra

manukato

40   efitra fandroana - bafu

fitoerana fitaovana an-
kabone
....
mkoba wa kuosha

sezabory
....
kinyesi

fandanjana olona
....
mizani

akanjo enti-matory
....
nguo ya kuoga

fonon-tànana enti-manadio
....
glavu za mpira

servieta fanary
....
kisodo

lamba fampiasa amin'ny
fadimbolana
....
sodo

kabone simika
....
kemikali choo

efitranon'ny ankizy

chumba ya mtoto

famohamandry
saa ya kengele
saribakoly
kidoli cha kupakata
fiara kilalao
gari bandia
korintsana
kelele
tranon-tsaribakoly
chumba cha midoli
fanomezana
sasa

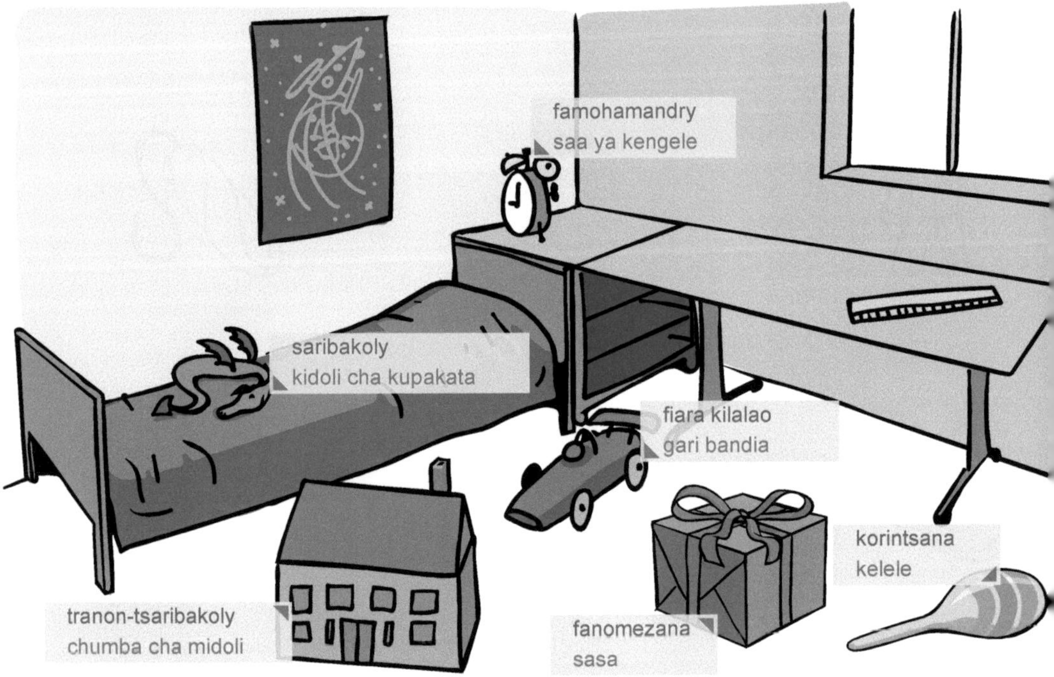

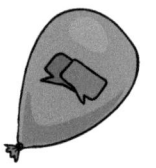

balaonina

baluni

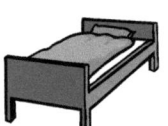

fandriana

kitanda

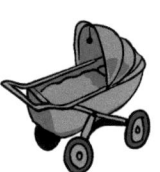

posety

mashua

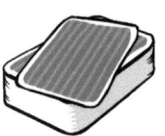

lalao karatra

staha ya kadi

puzzle

mchezo-fumb

SUPER MEGA

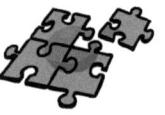

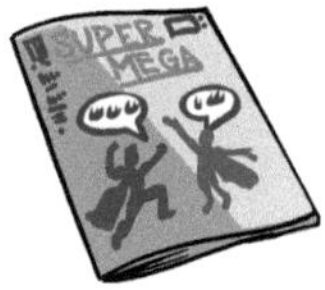

sariitatra

vichekesho

lalao legô

matofali lego

kilalao fananganana trano

vitalu mwigo

sarivongana kely

hatua takwimu

grenera

suti ya kulalia

Frisbee

kisahani

mobile

simu

jeu de société

ubao wa michezo

kodiakely

kete

lamasinina kely

garimoshi mwigo

solonono

dummy

fety

chama

boky feno sary

picha kitabu

baolina

mpira

saribakoly

kikaragosi

milalao

kucheza

kovetam-pasika

shimo la mchanga

savily

bembea

kilalao

vitu bandia

kilalao video

kiweko cha video ya mchezo

tricycle

baiskeli ya magurudumu

teddy orsa

mwanasesere

fitoeran'akanjo

kabati

matatu

bà kiraro

soksi

bàn-tongotra

stokingi

akanjo manara-batana

kibano

foloara
skafu

elo
mwavuli

t-shirt
fulana

fehin-kibo
ukanda

baoty
viatu

kapa fitondra an-trano
ndara

kiraro tenisy
wakufunzi

kapa
malapa

kiraro
viatu

baoty fingotra
mabuti ya mpira

atinakanjo
suruali ya ndani

tatinono
sidiria

akanjo feno
fulana

vatana
mwili

pataloha
suruali

jean
dangirizi

zipo
sketi

akanjo ambony
blauzi

lobaka
shati

pull
vuta

akanjo sarotro
sweta

palitao
bleza

palitao
jaketi

palitao
koti

akanjo aro-orana
koti la mvua

akanjo fianjaika
maleba

fitafim-behivavy
gauni

akanjon'ny ampakarina
mavazi ya harusi

akanjo fianjaika
suti

akanjo-mandry
vazi la usiku

pijamà
pajama

sari
sari

sarondoha
skafu

turban
kilemba

burqa
burka

kaftan
kaftan

abaya
abaya

kanjo fitondra milomano
vazi la kuogelea

akanjo fitondra milomano
vazi la kiume la kuogelea

pataloha fohy
kaptura

akanjo fitena
teitei

tablie
aproni

fonon-tànana
glavu

bokotra

kifungo

solomaso

glasi

brasele

bangili

rojo

mkufu

peratra

pete

kavina

herini

satroka

kofia

fanantonana palitao

kiango cha koti

satroka

kofia

fehivozo

tai

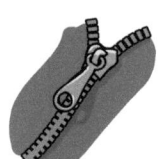

hidikorisa

zipu

aroloha

kofia

beritelo

kanda za suruali

fanamian'ny mpianatra

sare za shule

fanamiana

sare

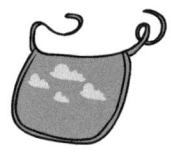

bavoara

bibu

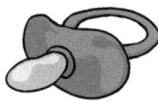

solonono

dummy

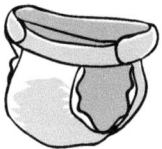

taty

nepi

birao

ofisi

serveur
seva
lalimoara fitahirizana
kabati la kuweka faili
mpanao pirinty
kichapishaji
taratasy
karatasi
efijoro
kiwambo
voalavo tondro
kipanya
latabatra
dawati
klasera
folda
klavie
kibodi
na fako taratasy
cha kuweka karatasi chafu
solosaina
kompyuta
seza
kiti

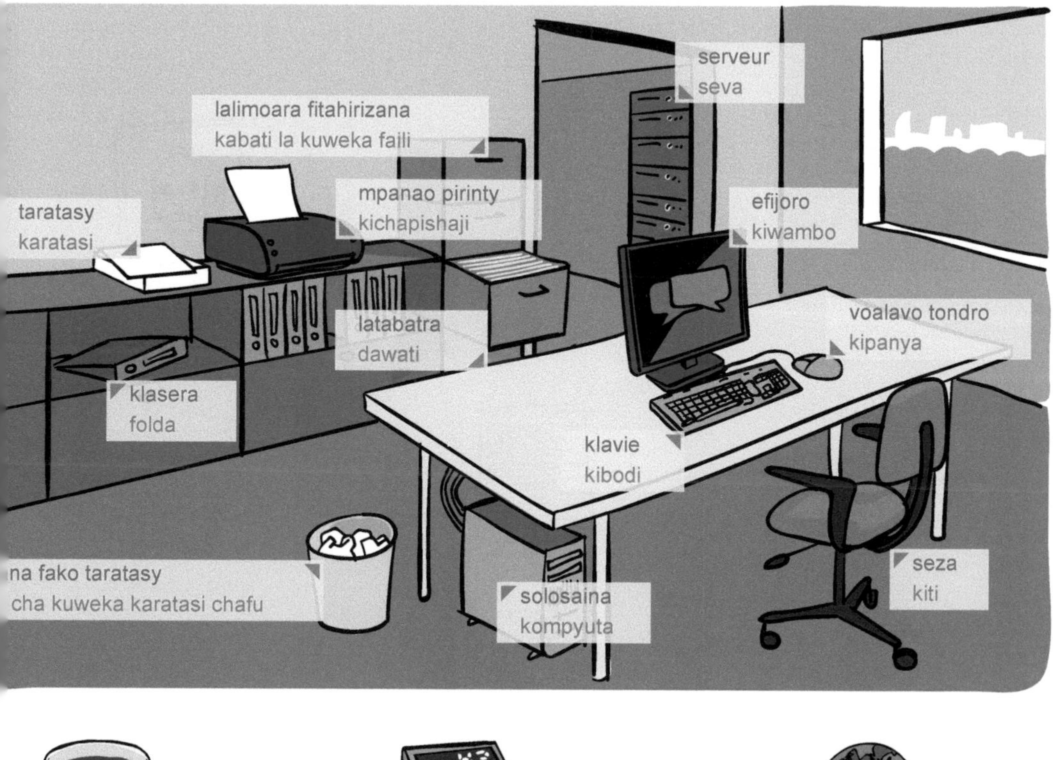

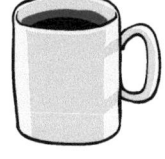

kaopin-kafe

kmobe la kahawa

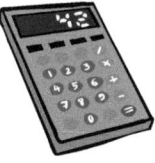

mpikajy

kikokotoo

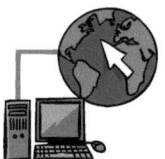

aterineto

biashara

solosaina maivana
mbali

taratasy
barua

hafatra
ujumbe

mobile
rununu

tambajotra
intaneti

imprimante
fotokopia

rindrambaiko
programu

finday
simu

prizy
soketi

fax
kipepesi

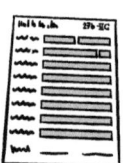

efitra fenoina
fomu

fehezan-taratasy
hati

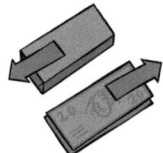

mividy
kununua

mandoa vola
kulipa

misera
biashara

vola
fedha

dôlara
dola

euro
yuro

yen
yeni

rouble
rouble

Franc suisse
faranga ya Uswisi

renminbi yuan
renminbi yuan

roupie
rupia

fangalàna vola
eneo la kulipia

toerana fanakalozana vola

ofisi ya ubadilishanaji

volamena

dhahabu

volafotsy

fedha

solika

mafuta

angovo

nishati

vidiny

bei

fifanekena

mkataba

hetra

kodi

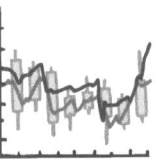

action borsa

bidhaa

miasa

kazi

mpiasa

mfanyakazi

mpampiasa

mwajiri

orinasa

kiwanda

fivarotana

duka

mpitandro filaminana
afisa wa polisi

mpamonjy voina
mzimamoto

mahandro
mpishi

dokotera
daktari

mpanamory
rubani

mpikarakara zaridaina

mtunza bustani

mpandrafitra

seremala

vehivavy mpanjaitra

mshonaji

mpitsara

hakimu

mpahay simia

mwanakemia

mpilalao sarimihetsika

muigizaji

mpamily fiara fitateram-
bahoaka

dereva wa basi

mpamily fiarakaretsaka

dereva wa teksi

mpanjono

mvuvi

vehivavy mpanadio

mwanamke wa kusafisha

mpanao tafo

mwezekaji

mpandroso sakafo

mhudumu

mpihaza

mwindaji

mpandoko

mchoraji

mpanao mofo

mwokaji

elektrisianina

umeme

mpanao trano

mjenzi

injeniera

mhandisi

mivaro-kena

mchinjaji

plombier

fundi bomba

faktera

mwanaposta

miaramila
....
mwanajeshi

mpanao mari-trano
....
msanifu majengo

mpandray vola
....
keshia

mpivarotra voninkazo
....
muuza maua

mpanao volo
....
msusi

mpizara tapakila
....
kondakta

mpahay mekanika
....
mekanika

kapiteny
....
nahodha

mpitsabo nify
....
daktari wa meno

siantifika
....
mwanasayansi

raby
....
rabbi

imam
....
imamu

moanina
....
mtawa

pretra
....
kasisi

fitaovana
zana

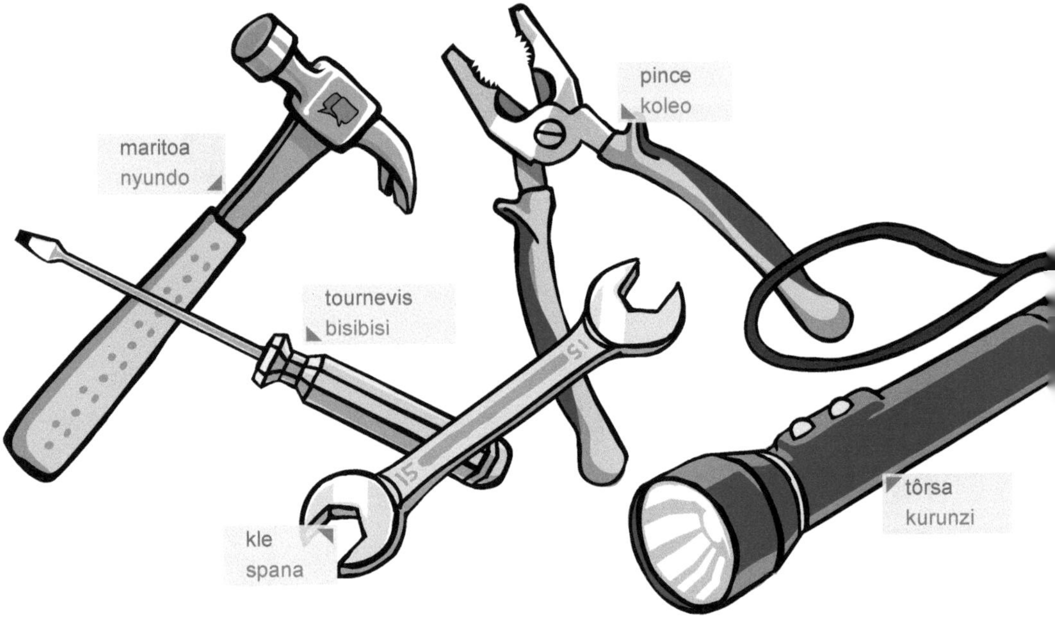
maritoa
nyundo
pince
koleo
tournevis
bisibisi
kle
spana
tôrsa
kurunzi

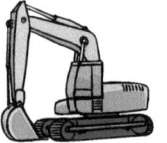

pelleteuse

mchimbaji

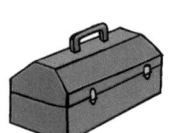

boaty fanisy fitaovana

sanduku la vifaa

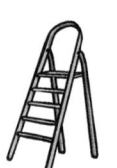

tohatra

ngazi

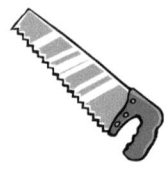

tsofa

msumeno

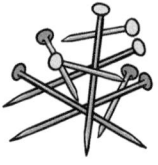

fantsika

misumari

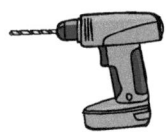

perceuse

kuchimba visima

manarina
kukarabati

lapela
sepetu

Kyy!
Lo!

angadim-pako
kishikio cha uchafu

boatin-doko
chungu cha rangi

visy
skurubu

zava-maneno
ala za muziki

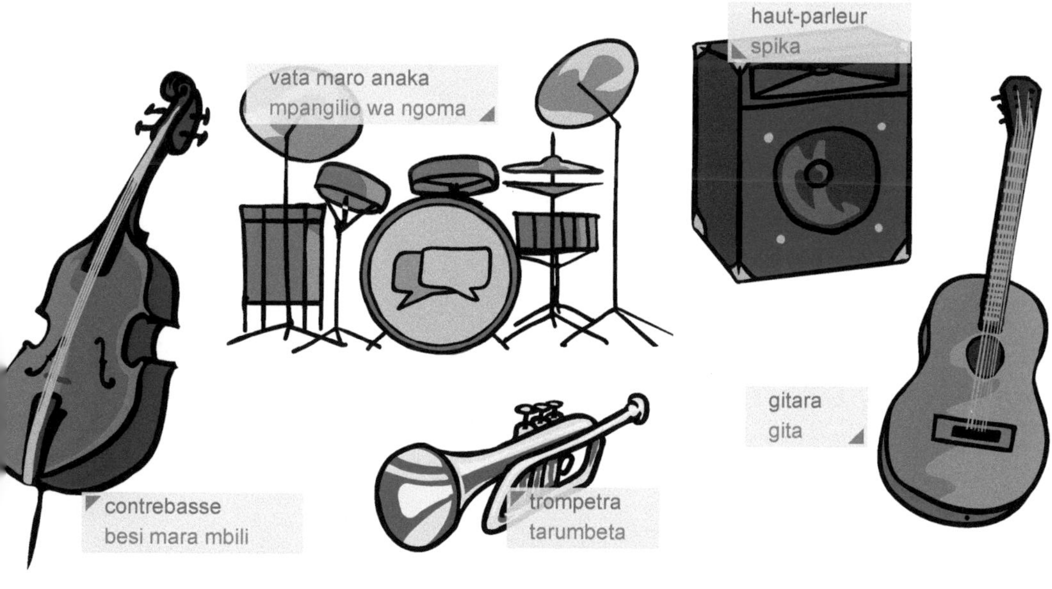

vata maro anaka
mpangilio wa ngoma

haut-parleur
spika

gitara
gita

contrebasse
besi mara mbili

trompetra
tarumbeta

vata maro afitsoka

piano

lokanga

fidla

basse

ubeji

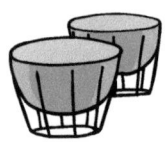

amponga timpani

timpani

aponga

ngoma

klavie

kibodi

saksa

saksafoni

sodina

filimbi

mikrao

maikrofoni

fidirana
lango la kuingia

tigra
simbamarara

tranon-gadra
ngome

zebra
pundamilia

sakafom-biby
chakula cha mifugo

pandà
panda

biby

wanyama

elefanta

tembo

kangoroa

kangaruu

rinôserôsy

kifaru

gôrila

sokwe

orsa

dubu

rameva
ngamia

aotrisy
mbuni

liona
simba

rajako
tumbili

sama
heroe

boloky
kasuku

orsa polera
dubu

pengoa
penguini

atsantsa
papa

vorombola
tausi

bibilava
nyoka

voay
mamba

mpiandry valan-javaboary
mtunza wanyama

fôko
muhuri

jagoara
jaguar

poney

mwanafarasi

leopara

chui

hipôpôtamo

kiboko

zirafa

twiga

voromahery

tai

lambo

nguruwe mwitu

trondro

samaki

sokatra

kobe

môrsa

sili

renard

mbweha

gazely

paa

Football amerikana
soka ya marekani

hazakazaka am-bisikileta
uendeshaji baiskeli

tennis
tenisi

baskety
mpira wa kikapu

lomano
kuogelea

boxe
ndondi

hockey an-dranomandr
magongo ya barafuni

baolina kitra
soka

badminton
vinyoya

atletisma
riadha

handball
mpira wa mikono

ski
skii

polo
polo

sambikina
ruka

mihomehy
cheka

mamihina
kumbatia

mihira
kuimba

mandeha
kutembea

manonofy
ota ndoto

mivavaka
kuomba

manoroka
busu

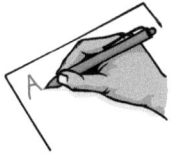

manoratra

kuandika

manao sary

kuteka

maneho

angalia

manosika

sukuma

manome

kutoa

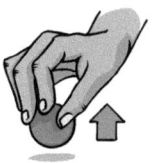

mandray

kuchukua

manana

kuwa

manao

fanya

mizovy

kuwa

mijoro

kusimama

mihazakazaka

kukimbia

misintona

vuta

manary

kutupa

lavo

kuanguka

mandry

hadaa

miandry

kusubiri

mitondra

kubeba

mipetraka

kukaa

miakanjo

vaa nguo

matory

usingizi

mifoha

kuamka

mijery
kuangalia

mitomany
lia

fahatapahan'ny lalan-dra
kiharusi

fiogo
chana nywele

miresaka
ongea

mahay
kuelewa

milaza
kuuliza

mihaino
kusikiliza

misotro
kunywa

mihinana
kula

mandamina
nadhifisha

mitia
upendo

mahandro
mpishi

mamily
gari

lalitra
kuruka

miandriaka

meli

mikajy

kokotoa

mamaky

kusoma

mianatra

kujifunza

miasa

kazi

mivady

kuoa

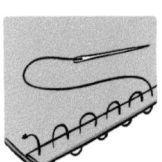

manjaitra

kushona

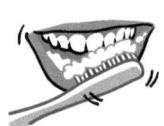

miborosy nify

piga mswaki

mamono

kuua

mifoka

moshi

mandefa

kutuma

fianakaviana
familia

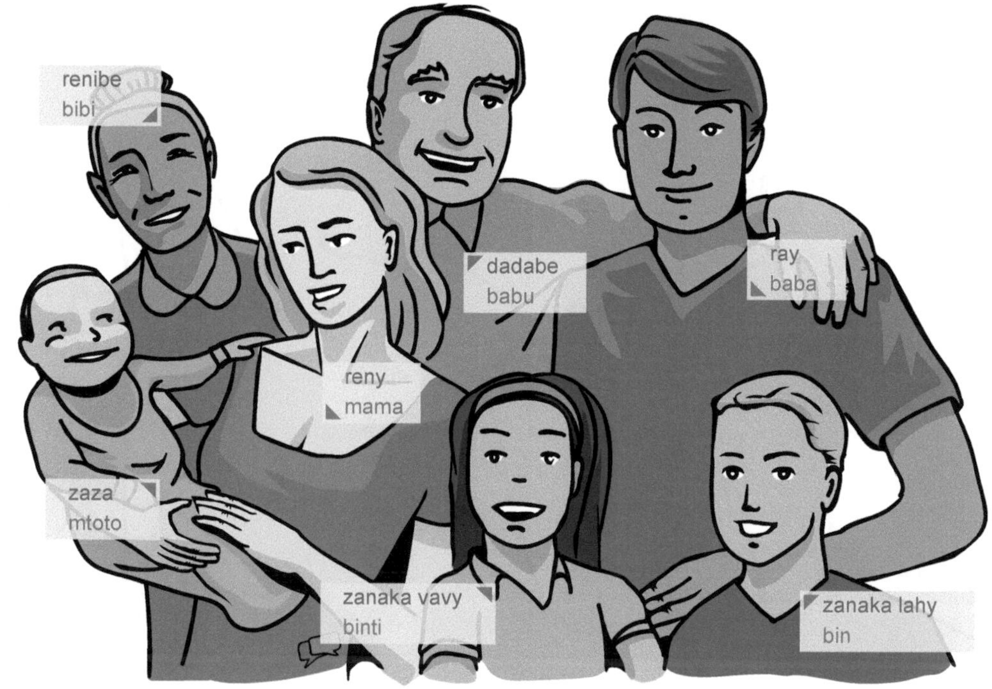
renibe
bibi
dadabe
babu
ray
baba
reny
mama
zaza
mtoto
zanaka vavy
binti
zanaka lahy
bin

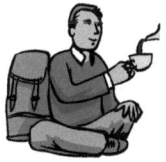

vahiny

mgeni

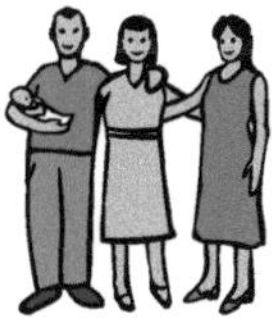

nenitoa

shangazi

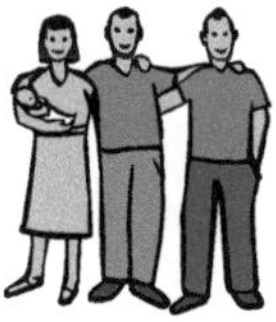

dadatoa

mjomba

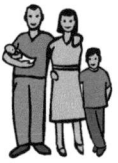

rahalahy

kaka

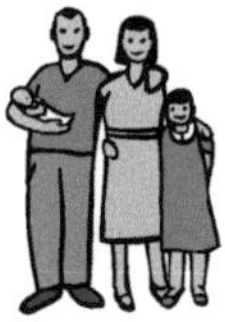

rahavavy

dada

vatana

mwili

handrina
paji la uso
maso
jicho
soroka
bega
rantsan-tànana
kidole
tarehy
uso
saoka
kidevu
tànana
mkono
ranjo
mguu
nono
matiti
sandry
mkono

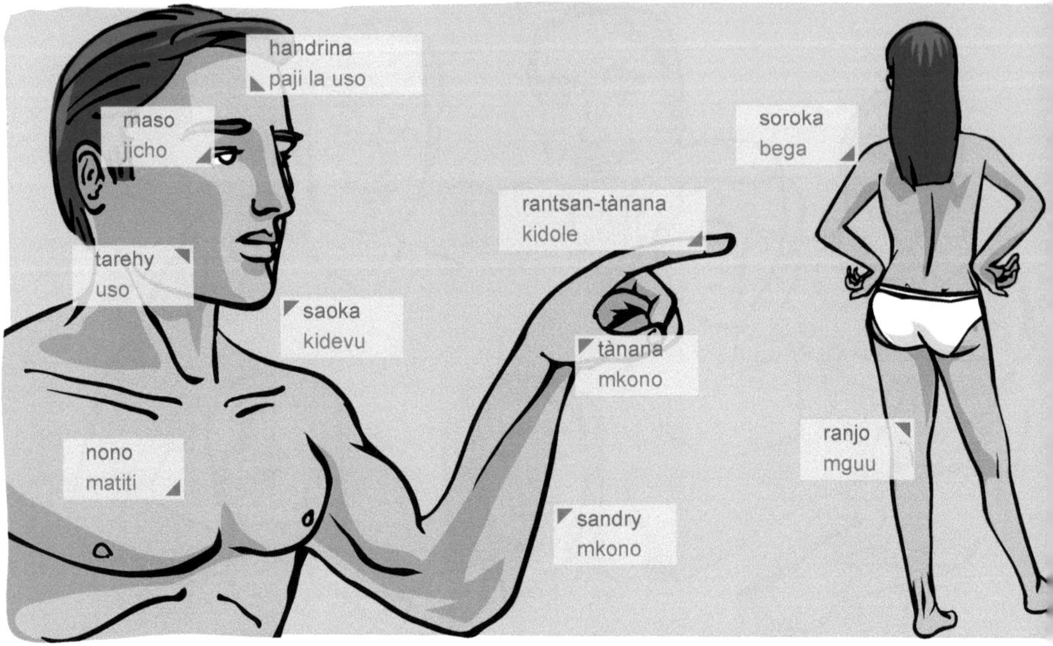

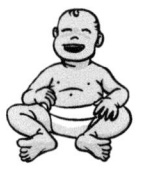

zaza

mtoto

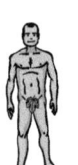

lehilahy

mwanamume

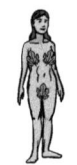

vehivavy

mwanamke

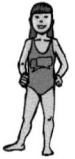

vavy

msichana

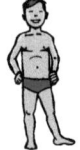

lahy

mvulana

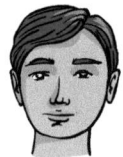

loha

kichwa

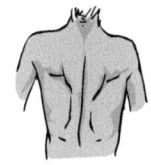

lamosina

nyuma

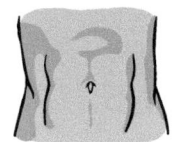

kibo

tumbo

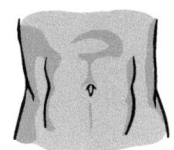

foitra

kitovu

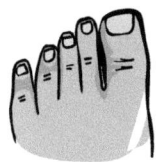

rantsan-tongotra

chano

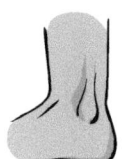

voditongotra

kisigino

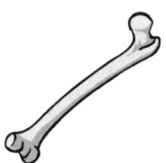

taolana

mfupa

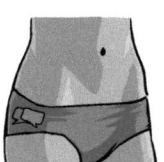

valahana

nyonga

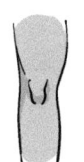

lohalika

goti

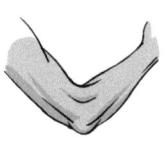

kiho

kiwiko

orona

pua

vody

chini

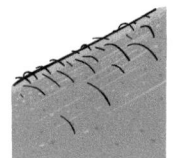

hoditra

ngozi

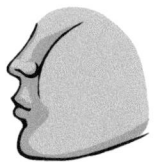

takolaka

shavu

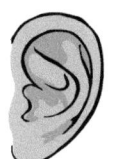

sofina

sikio

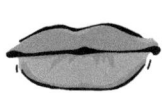

molotra

mdomo

vatana - mwili

vava
kinywa

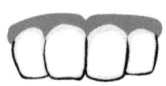

nify
jino

lela
ulimi

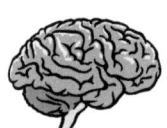

saina
ubongo

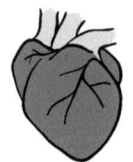

fo
moyo

ozatra
misuli

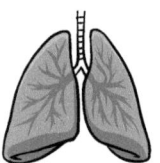

havokavoka
pafu

aty
ini

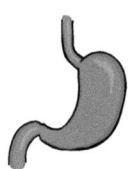

vavony
tumbo

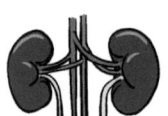

voa
figo

firaisana ara-nofo
jinsia

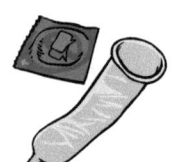

fimailo
kondomu

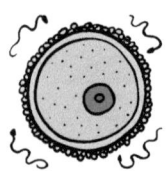

tsirivavy
ovari

ranonaina
shahawa

vohoka
mimba

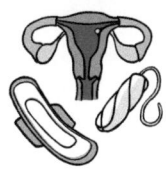

fadimbolana

hedhi

fivaviana

uke

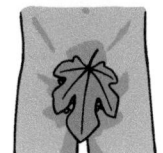

filahiana

uume

volomaso

unyusi

volo

nywele

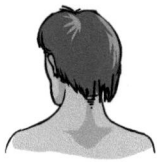

tenda

shingo

hopitaly
hospitali

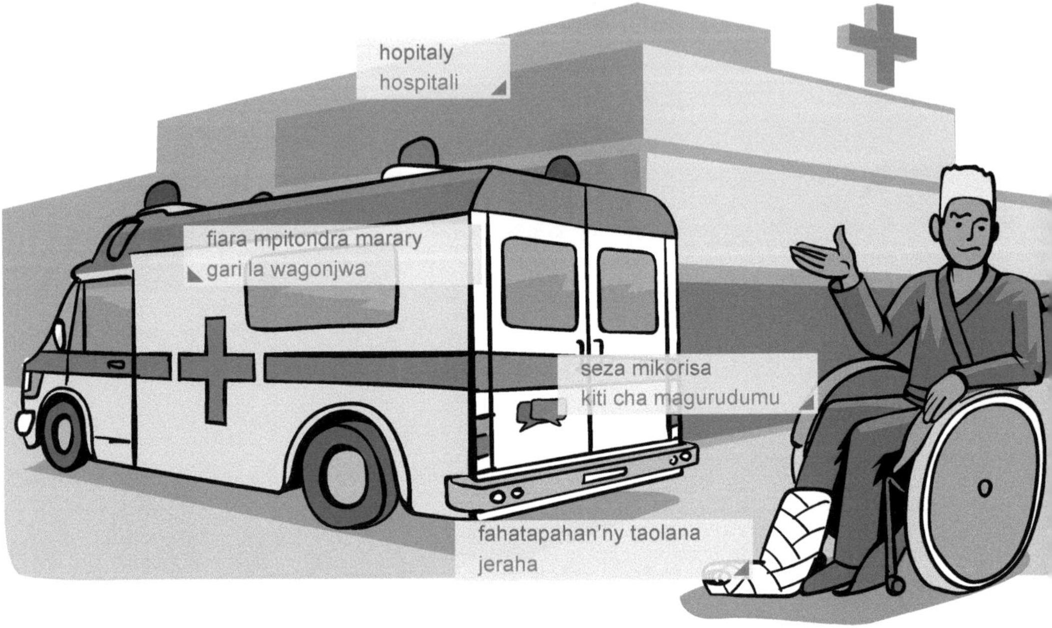

hopitaly
hospitali
fiara mpitondra marary
gari la wagonjwa
seza mikorisa
kiti cha magurudumu
fahatapahan'ny taolana
jeraha

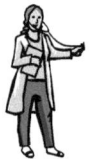

dokotera

daktari

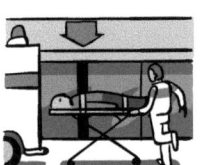

efitra vonjy taitra

chumba cha dharura

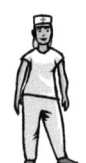

mpitsabo mpanampy

muuguzi

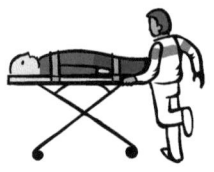

vonjy taitra

dharura

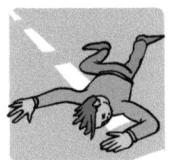

tsy mahatsiaro tena

kupoteza fahamu

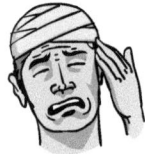

fanaintainana

maumivu

faharatràna

kuumia

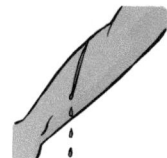

mandeha rà

kutokwa na damu

aretim-po

mshtuko wa moyo

fahatapahan'ny lalan-dra

kiharusi

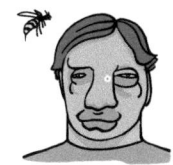

tsy fahazakana sakafo

mzio

kohaka

kikohozi

tazo

homa

gripa

mafua

fivalanana

kuharisha

aretin'an-doha

maumivu ya kichwa

homamiadana

kansa

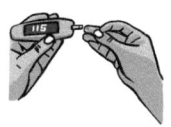

diabeta

ugonjwa wa kisukari

dokotera mpandidy

daktari mpasuaji

antsy fandidiana

kisu kidogo cha kupasulia

fandidiana

operesheni

TC
picha changanufu ya mwili

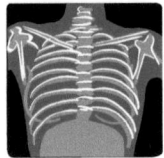

taratra X
Eksrei

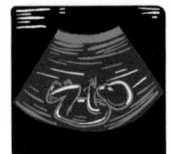

ekôgrafia
mawimbi sauti

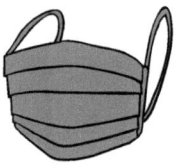

saron-tava
barakoa ya uso

aretina
ugonjwa

efitrano fiandrasana
chumba cha kusubiri

tehina
mkongojo

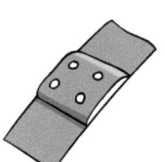

taha fery
plasta

bandy
bendeji

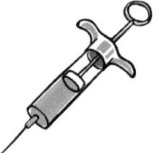

tsindrona
sindano

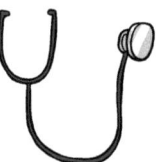

stetoskopy
stetoskopu

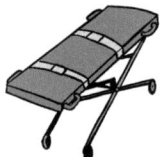

filanjana marary
machela

fitaovana fitsapana
hafanana
kipimajoto cha kliniki

fahaterahana
kuzaliwa

hatavezana tafahoatra
unene kupita kiasi

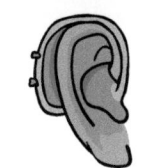

fitaovana fandrenesana

kusikia misaada

famonoana mikraoba

kipukusi

fifindràna aretina

maambukizi

viriosy

virusi

VIH / SIDA

VVU / UKIMWI

fitsaboana

dawa

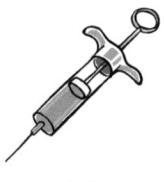

vaksiny

chanjo

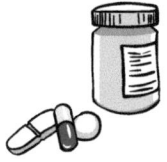

pilina

vidonge

pilina

kidonge

antso vonjy taitra

simu ya dharura

fitaovana fitsapana tosi-drà

haemodainamometa

marary / salama

mgonjwa / mwenye afya

Vonjeo!

Msaada!

antso fanairana

kengele

herisetra

pigo

vono

shambulizi

loza

hatari

fivoahana raha misy loza

lango la dharura

Afo!

Moto!

fitaovam-pamonoana afo

kizima moto

loza

ajali

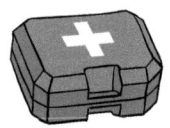

fitaovam-pitsaboana
vonjimaika

vifaa vya huduma ya
kwanza

SOS

wito wa msaada

pôlisy

polisi

Eoropa

Ulaya

Amerika avaratra

Amerika ya Kaskazini

Amerika atsimo

Amerika ya Kusini

Afrika

Afrika

Azia

Asia

Aostralia

Australia

Atlantika

Atlantiki

Pasifika

Pasifiki

Ranomasimbe Indiana

Bahari ya Hindi

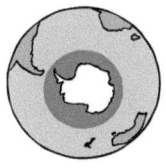

Oseana Antarktika

Bahari ya Antaktiki

Oseana Arktika

Bahari ya Aktiki

Tendrotany avaratra

Ncha ya Kaskazini

Tendrotany atsimo

Ncha ya Kusini

Antarktika

Antaktika

tany

dunia

tany

nchi

ranomasina

bahari

nosy

kisiwa

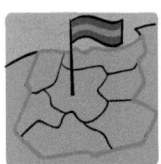

tanindrazana

taifa

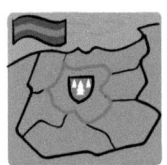

firenena

jimbo

avam-pamantaranandro

uso wa saa

tondro ora

akrabu ya saa

tondro minitra

akrabu ya dakika

tondro segondra

akrabu ya sekunde

Amin'ny firy izao?

Ni saa ngapi?

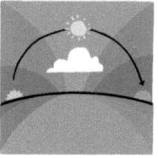

andro

siku

fotoana

wakati

izao

sasa

famantaranandro niomerika

saa ya dijitali

minitra

dakika

ora

saa

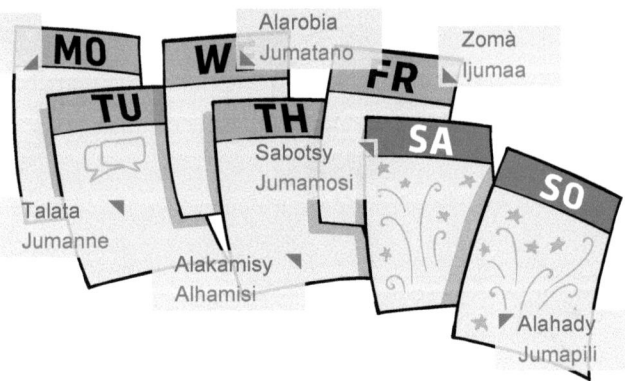

Alatsinainy Jumatatu — MO

Alarobia Jumatano — W

Zomà Ijumaa — FR

TU

TH

SA

Talata Jumanne

Sabotsy Jumamosi

Alakamisy Alhamisi

SO

Alahady Jumapili

omaly

jana

androany

leo

ampitso

kesho

maraina

asubuhi

atoandro

saa sita mchana

hariva

jioni

MO	TU	WE	TH	FR	SA	SU
1	2	3	4	5	6	7
8	9	10	11	12	13	14
15	16	17	18	19	20	21
22	23	24	25	26	27	28
29	30	31	1	2	3	4

adro fiasàna

siku za biashara

MO	TU	WE	TH	FR	SA	SU
1	2	3	4	5	6	7
8	9	10	11	12	13	14
15	16	17	18	19	20	21
22	23	24	25	26	27	28
29	30	31	1	2	3	4

faran'ny herinandro

mwishoni mwa wiki

taona

mwaka

orana
mvua
avana
upinde wa mvua
ranomandry
theluji
rivotra
upepo
lohataona
majira ya machipuko
fararano
vuli
vanin-taona maina
kiangazi
ririnina
majira ya baridi

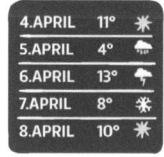

4.APRIL 11°
5.APRIL 4°
6.APRIL 13°
7.APRIL 8°
8.APRIL 10°

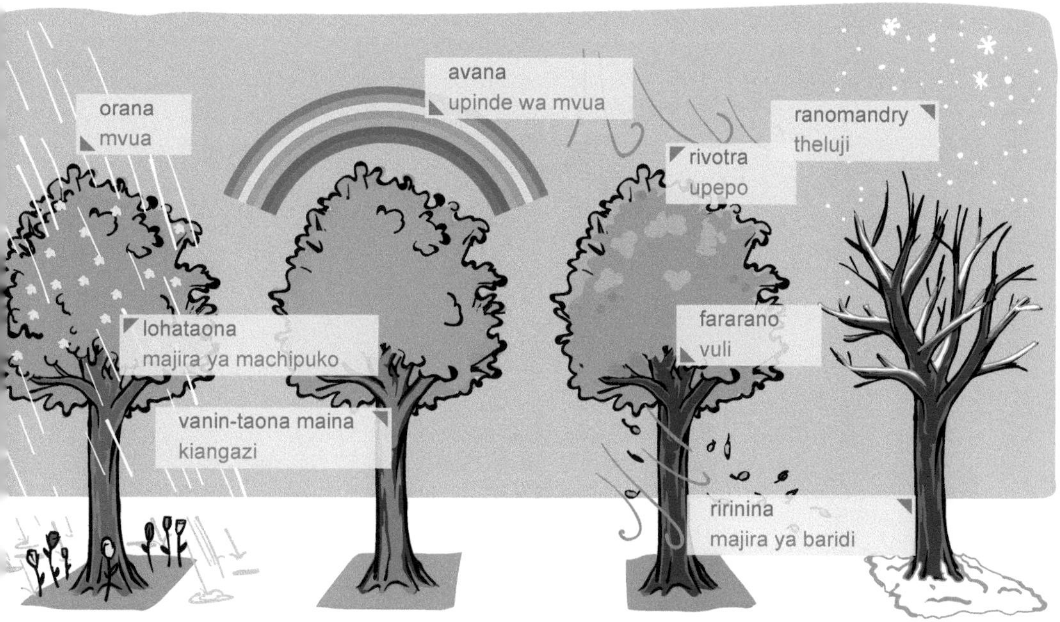

vinavina ara-toetrandro

utabiri wa hali ya hewa

F C
120 40
90 30
60 20
30 10
0 0
-30 -10
-20

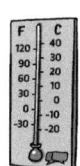

thermomètre

kipimajoto

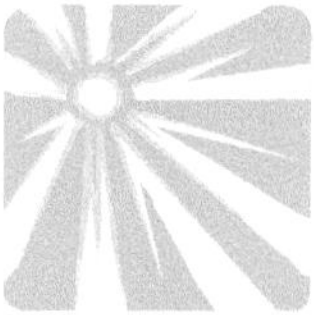

tara-masoandro

mwanga wa jua

rahona

wingu

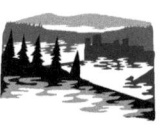

zavona

ukungu

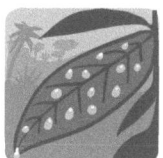

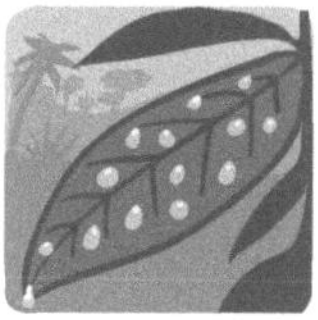

hamandoana

unyevu

tselatra

umeme

kotroka

radi

tafio-drivotra

dhoruba

havandra

mvua ya mawe

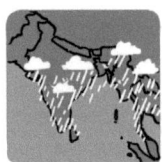

fahavaratra

monsuni

tondra-drano

mafuriko

vaingan-drano

barafu

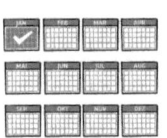

Janoary

Januari

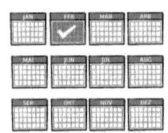

Febroary

Februari

Martsa

Machi

Avrila

Aprili

Mey

Mei

Jiona

Juni

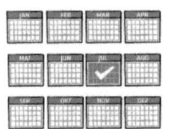

Jolay

Julai

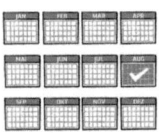

Aogositra

Agosti

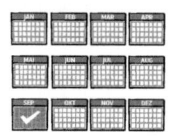

Septambra
....
Septemba

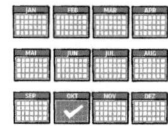

Oktobra
....
Oktoba

Novambra
....
Novemba

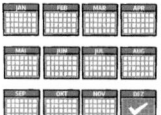

Desambra
....
Desemba

boribory
....
mduara

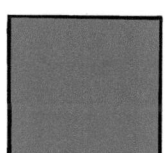

efamira
....
mraba

efajoro
....
mstatili

telozoro
....
pembetatu

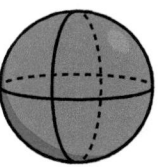

bola
....
nyanja

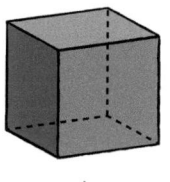

goba
....
mchemraba

fotsy

nyeupe

mavo

manjano

laoranjy

chungwa

mavokely

rangi ya waridi

mena

nyekundu

voloparasy

hudhurungi

manga

bluu

maitso

kijani

volotany

hanja

volondavenona

jivujivu

mainty

nyeusi

betsaka / vitsy

mengi / kidogo

tezitra / tony

hasira / pole

tsara / ratsy

nzuri / mbaya

fiandohana / fiafarana

mwanzo / mwisho

lehibe / kely

kubwa / ndogo

mazava / maloka

angavu / giza

rahalahy / rahavavy

kaka / dada

madio / maloto

safi / chafu

feno / banga

kamilika / tokamilika

andro / alina

siku / usiku

maty / velona

wafu / hai

malalaka / tery

pana / nyembamba

azo hanina / tsy fihinana

kulika / kutolika

tsivalahara / tsara fanahy

ovu / ema

endratra / sorena

sisimkwa / udhika

matavy / mahia

nene / nyembamba

voalohany / farany

kwanza / mwisho

mpinamana / mpifahavalo

rafiki / adui

feno / foana

jaa / tupu

mafy / malefaka

ngumu / laini

mavesatra / maivana

nzito / nyepesi

noana / mangetaheta

njaa / kiu

marary / salama

mgonjwa / mwenye afya

tsy ara-dalàna / ara-dalàna

haramu / kisheria

mahay / vendrana

akili / kijinga

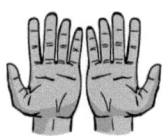

havia / havanana

kushoto / kulia

akaiky / lavitra

karibu / mbali

vaovao / tranainy

mpya / kutumika

tsy misy / misy

kitu / jambo

antitra / tanora

zee / changa

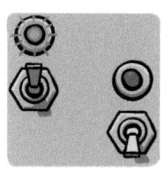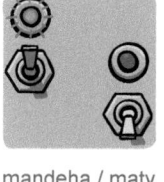

mandeha / maty

waka / zima

mivoha / mihidy

wazi / fungwa

mangina / mitabataba

utulivu / kelele

manankarena / mahantra

tajiri / masikini

marina / diso

sahihi / kosa

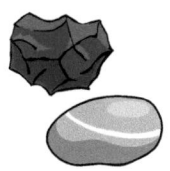

marokoroko / malama

mbaya / laini

malahelo / faly

huzunika / furahia

fohy / lava

fupi /ndefu

mora / faingana

polepole / haraka

mando / maina

nyevu / kavu

mafana / mangatsiaka

joto / baridi

ady / fahalemana

vita / amani

0

aotra

sufuri

1

iray

moja

2

roa

mbili

3

telo

tatu

4

efatra

nne

5

dimy

tano

6

enina

sita

7

fito

saba

8

valo

nane

9

sivy

tisa

10

folo

kumi

11

iraikambinifolo

kumi na moja

12
roambinifolo
kumi na mbili

13
teloambinifolo
kumi na tatu

14
efatrambinifolo
kumi na nne

15
dimiambinifolo
kumi na tano

16
eninambinifolo
kumi na sita

17
fitoambinifolo
kumi na saba

18
valoambinifolo
kumi na nane

19
siviambinifolo
kumi na tisa

20
roapolo
ishirini

100
zato
mia

1.000
arivo
elfu

1.000.000
tapitrisa
milioni

Anglisy

Kiingereza

Anglisy amerikana

Kiingereza cha Marekani

Fiteny sinoa mandarina

Kimandarini cha Uchina

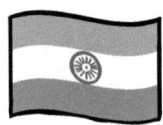

Hindi

Kihindi

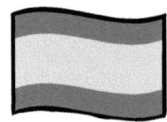

Espaniola

Kihispania

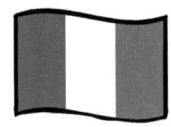

Frantsay

Kifaransa

Fiteny arabo

Kiarabu

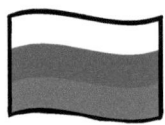

Fiteny rosiana

Kirusi

Portogey

Kireno

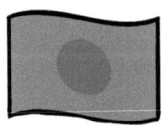

Bengaly

Kibengali

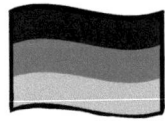

Alemà

Kijerumani

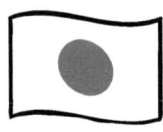

Japoney

Kijapani

izaho

mimi

ianao

wewe

izy / io

yeye / yeye / ni

isika

sisi

ianao

wewe

zareo

wao

iza?

nani?

inona?

nini?

ahoana?

jinsi gani?

aiza?

wapi?

oviana?

lini?

anarana

jina

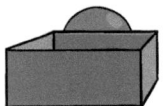

aorina

nyuma

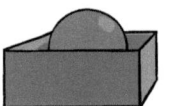

anaty

katika

anoloana

mbele ya

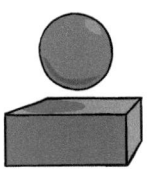

any

juu ya

ambony

kwenye

ambany

chini ya

ankila

kando

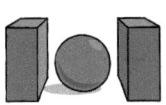

afovoany

kati

toerana

mahali